Hadithi za Kikwetu

Kishu Kazi

Hadithi za Kikwetu

1. **Jua na Upepo** — Anne Matindi
2. **Nyani Mdogo** — Nyambura Mpesha
3. **Tajiri Mjanja** — Leo Odera Omolo
4. **Mfalme na Majitu** — Leo Odera Omolo
5. **Safari ya Kombamwiko** — Emmanuel Kariuki
6. **Kido** — Halima Njirainey
7. **Mlima Kenya Kajifungua** — Njiru Kimunyi
8. **Hadithi Teule** — Sun Bao Hua
9. **Bonde la Wafu** — Akberali Manji
10. **Majuto ni Mjukuu** — P. M. Kareithi
11. **Kaburi Bila Msalaba** — P. M. Kareithi
12. **Shamba la Wanyama** — Fortunatus Kawegere
13. **Kachuma na Polisi Wezi** — Patrick Ngugi
14. **Karamu Mbinguni** — Njiru Kimunyi
15. **Kaponea Chupuchupu** — Akberali Manji
16. **Mkasa wa Shujaa Liyongo** — Bitugi Matundura
17. **Mtoto Aliyetoweka** — Akberali Manji
18. **Mgomba Changaraweni** — Ken Walibora
19. **Mlima Kenya Kajifungua** — Njiru Kimunyi

na vinginevyo... vinginvyo vingi

Kishu Kazi

Jay Kitsao

 **PHOENIX PUBLISHERS, NAIROBI**

Kilitolewa mara ya kwanza mwaka 1996 na
Phoenix Publishers Ltd.
Grain Belt Indutrial Park,
Sukari Industrial Estate,
Off Thika Rd., Behind Clay works,
S.L.P. 30474 00100,
Nairobi, Kenya

© Maandishi: Jay Kitsao, 1995
© Michoro: Phoenix Publishers Ltd., 1995

ISBN 9966 47 220 7

Kimenakiliwa tena 1999, 2001, 2007, 2011, 2016, 2021

Yaliyomo

1. Kishu Kazi 1

2. Sungura Mjanja 25

1

Kishu Kazi

Kishu kazi. Kuna siku kindapata kazi. Hilo ndilo jawabu alilozoea kutoa, kwa lugha yake, kama ilivyozungumzwa. Alimjibu hivyo kila aliyeshangaa na kutaka kujua ni kwa nini daima hakutengana na kisu chake.

Kwa jina la uzawa, kama alivyopewa na wazazi wake, aliitwa Saidi. Lakini kwa sababu ambayo yeye mwenyewe hakutaka ijulikane kabisa, jina hilo lilisahaulika kabisa. Sababu hiyo ilikuwa ni siri ambayo hakupenda ifichuke. Lakini, kama ijulikanavyo, hakuna siri ya zaidi ya mtu mmoja. Siri yoyote ile, ikijulikana na mtu hata wa pili tu, basi huwa si siri tena.

Ukweli ulikuwa hivi. Utotoni, Saidi alikuwa mwoga sana; alikuwa mwoga mno; alikuwa mwoga kupita kiasi. Kwa kifupi, woga wake ulikuwa wa kupindukia. Kwa sababu hiyo, hangethubutu kutoka nje ya nyumba usiku. Hakuwa na moyo wa kumwezesha kutoka.

Kuamka amebanwa na mkojo huku ukimchoma kibofuni, hangetoka nje. Badala yake, angejaribu kujizuia kwa kulala kifudifudi kitandani. Katika hali hiyo angeyafunga kwa nguvu macho yake humohumo gizani, akijifanya amelala kabisakabisa – hajijui hajitambui. Lakini kimyakimya, mwerevu huyo angekojoa *chwrrii, chwrrii, chwrrii*. Hayo angeyafanya huku akihakikisha kuwa mwenzake, aliyelala pamoja naye kitandani, hana habari, hana asikialo.

Asubuhi, kipande cha mtu hicho kingekuwa cha kwanza kuamka na kutoka kitandani. Kingemtupia jicho la dharau mwenzake, na kusema *Hii!*

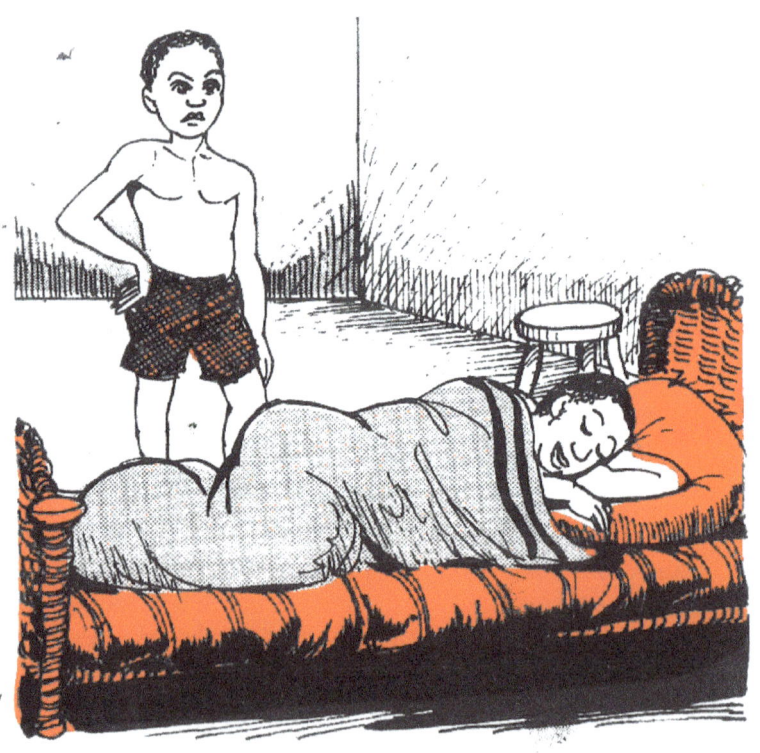

Baada ya kumdharau hivyo, hichoo. Kingetoka mbio kwenda kumsingizia mashtaka mwenzake: "Mama! Mama!"

"Nini Saidi?"

"Heh! Heh! Heh!"

"Chisha mengi shafayi hii!"

"Ehe!"

"Yamejaa mvunguni mama!"

"Achana naye, mtoto mbaya huyo, baba. Atayapangusa kwa nguo zake."

"Hayafu atanuchiwa peke yake, shiyo?"

"Eeh! Au ngoja basi. Nitamfunga jongoo ili aogope, asiweze kulala na kukojoa ovyoovyo kitandani."

Pendekezo hilo hata kidogo halingemfurahisha Saidi. Lingemsumbua akilini kwa wazo la: *Achifungwa jongoo hataweza kuyaya. Shasha mimi nitawezaje kukojoa biya kujuyikana?*

Siku moja mara saba, jawabu ni juma. Majuma yalete pamoja, moja baada ya jingine, mpaka yafike manne; utapata mwezi. Mwezi nao ukilundikana na mienzake, huzaa mwaka. Vivyo hivyo, Saidi kwa upande wake alikua, akaagana na utoto.

Kulingana na mila na desturi, Saidi alilazimika kujenga nyumba yake, ili awe akilala pekee, mpaka atakapooa. Jambo hilo lilizidi kutilia mbolea woga wake.

Woga ulimzidi, hata akauhisi ukimtambaatambaa mwilini. Wakati huo, kubishiwa tu *ngongongo! ngongongo!* mlangoni kwake usiku, lo! Angetoka mbio kutoka ndani, akapiga kumbo mlango na kufululizia nje, akikimbilia kwa mamake, huku akipiga mayowe ya *huuwih! Huuwih! Huuwih!* Kubembelezwa arudi nyumbani kwake akalale, angekataa katakata.

Hata alipooa, woga bado uliendelea kumtawala. Haukumpunguka hata kidogo. Hivyo basi hakuweza kujizuia kuuonyesha hata kwa mkewe.

Vituko vyake vilimshangaza sana mkewe siku moja. Walikuwa usingizini, wakikoroma *kokrroo, krroo, krroo, krroo.* Ghafla, alimgutusha mkewe kwa mayowe yake ya *huuwih! Huuwih! Huuwih! Huuwih!* Mlango aliupiga kumbo, *bwap!* ukafunguka; na huyoo, akatorokea nje. Sababu? Panya tu! Walikuwa wakifukuzana darini. Mmoja akateleza na kuponyoka. Akawaangukia pup! Kugutuka usingizini na kumsikia panya akikimbia kwa kutambaa mbiombio mwilini mwake, ndipo aliporuka kutoka kitandani na kutimua mbio nje huku *huuwih* zikimtoka kinywani.

Usiku mwingine, mkewe aliingia katika jinamizi. Jinamizi ni ndoto inayoogopesha na kumfanya anayeota apige kelele usingizini. Basi kugutushwa tu na kelele za mkewe, yeye pia aliruka kutoka kitandani, na mara moja huyoo. Alikimbilia nje akipiga mayowe ya *huuwih!* Usiku huo, alimgutusha hata nyanyake kwa hizo *huuwih* zake. Nyanyake alitikisa kichwa kwa hasira na kujisemea kimoyomoyo, *Upuzi huu wa 'huuwih huuwih' zisizokwisha ni lazima ukomeshwe.*

Asubuhi, nyanya alimwendea mke wa mjukuu wake akaelezwa vizuri sana sababu ya mayowe ya usiku yaliyomwamsha hata yeye. Wawili hawa wakakubaliana kupanga mpango kabambe – mzuri kabisa wa kuikomesha tabia hii.

Walichukua matambara ya nguo zilizochakaa, kuukuu. Wakatengeneza tufe. Tufe ni jipira la maguoguo. Kisha waliliweka majini likalowa chepechepe. Halafu wakakubaliana kuhusu jinsi ambavyo angefanywa atoke nje mbio na huwihuwi zake usiku.

Saidi alipanda kitandani. Wakati huo mkewe alikuwa hajashikwa na usingizi hata. Alikuwa macho kabisa. Lakini alijifanya amelala kwa kujikoromesha *kokrroo! krroo! krroo! krroo!* Mume alijituliza tuli kitandani. Kufumba na kufumbua, ilikuwa kama kwamba wameingiliwa na wezi nyumbani. Mke alipasua ukelele wa harakaharaka wa *whaah! whaah! whaah! whaah!* Hapohapo mume aliruka kutoka kitandani na huyoo. Alikimbia nje huku akichanganya na zake za *huuwih! Huuwih! Huuwih! Huuwih!* Lakini kutoka nje tu, tufe lilikuja usoni mwake na kumpiga *buf!* Huku akizizimiwa na umajimaji wa tufe, alipiga abautani kwa kugeukia hukohuko alikotoka mbio. Huyoo, akakimbilia ndani ya nyumba huku akipiga mayowe.

Kujikuta yumo ndani ya nyumba, alinyamaza kimya. Mkewe alimwuliza, "Kuna nini?"

"Ati 'Kuna nini?" akamrudishia kwa hasira na sauti ya kumwigiza kwa dharau. Kimya.

Huku akijipangusa majimaji usoni, alimwuliza mkewe, "Ni nani amenipiga?" Akanyamaziwa.

"Unaninyamazia, heh?"

"Sasa nijuaje mimi?" mke naye akamtupia swali. Kimya.

Usiku huo, Saidi hakuweza kupata angalau lepe la usingizi. Alikesha akifikiri. Aliwaza na kuwazua. Akaweza kupanga jinsi ambavyo angejitetea, akilazimika kufanya hivyo.

Asubuhi, aliraukia madukani. Huko alinunua *kisu kwa kazi ikitokea,* akajiambia.

Alichukua kinoo na kunoa kisu, ili kukitia makali. Alikinoa kikanoleka. Kukijaribu, alikubaliana na kazi yake. Kilikuwa kimepata makali ya kukaribiana na ya wembe wa ngariba – yule mtu ambaye kazi yake ni kutahirisha. Akajiambia kimoyomoyo, *Kishu kazi. Kuna siku kindapata kazi.*

Kuanzia hapo, Saidi hakuachana na kisu chake hata usingizini, licha ya matembezini. Alipokuwapo kilikuwapo; kilipokuwapo akawa hapohapo nacho. Alizoeana nacho, kikawa kipenzi chake.

Mara kwa mara, alijikumbusha kuwa kweli anacho kwa kukigusa na kusema, *Kishu kazi. Kuna siku kindapata kazi.* Maneno haya yalimwingia kabisakabisa kichwani. Ikawa kila aliyemwuliza sababu ya kutoachana na kisu chake, jawabu lilimtoka tu la *Kishu kazi. Kuna siku kindapata kazi.* Isitoshe, kwa sababu ya kuzoeana sana na kisu chake, kulikuwa na nyakati za yeye kusikika akijisemea tu *Kishu kazi. Kuna siku kindapata kazi.* Hivyo basi si ajabu akabandikwa jina lililomfaa kabisa, *Kishu Kazi.* Jina *Saidi* likaachiliwa mbali na kusahaulika kabisa.

Ugonjwa mkubwa wa Kishu Kazi ulikuwa woga. Lakini kwa kazi.... Jina *Kazi* kweli lilienda mahali pake kwake. Alikuwa mfanyakazi hodari na mwenye bidii sana shambani.

Ulifika wakati wa kutayarisha mashamba. Karibuni mvua ingeanza kunyesha. Ilikuwa ikitangaza hivyo kwa dalili zake za mawingu.

Kishu Kazi, kama wenzake waliokuwa majirani zake, aliingia shambani, panga mkononi. Hiyo ndiyo silaha iliyotumiwa kushambulia mimea isiyotakikana shambani kabla ya mvua kuanza. Kwa silaha hiyo, Kishu Kazi alipiga vita vichakuzi, magugu na vimea vinginevyo. Kwa sababu ya ustadi wake kama mfanyakazi, kila alichokilenga kwa panga kilikuwa hakina budi kusalimu amri kwa kuanguka na kulala chini. Kazi yake aliielekeza pande zote. Alishambulia kushoto, kulia, nyuma na mbele.

Mara alipomaliza kufyeka shamba lote, aliomba msaada wa mkewe. Kwa pamoja, waliingilia kazi ya kukusanya hapa na pale takataka zote. Mikusanyiko ikafanya shamba lionekane kuwa na miinukoinuko, kama vile matuta ya nywele kichwani.

Baada ya muda, takataka zilikauka. Kishu Kazi akaziwasha moto.

Mvua ilipoanza kunyesha, ilikuwa ni ya rasharasha, inayolainisha ardhi. Hapo basi Kishu Kazi na mkewe wakaingilia kazi ya kulima shamba. Kishu Kazi hakuwa na mfuko mzito wa kumwezesha kukodisha jongoo la kulimia. Lakini alielewa kuwa umaskini si kilema wala ugonjwa. Kwa hivyo hakujali. Kwanza mwenyewe alikuwa amezoea kutegemea mikono yake katika kufanya kazi hiyo.

Kishu Kazi alipima ngwe kwa kuzikata sawa. Hiyo ndiyo iliyokuwa njia ya kawaida ya kuendeshea kazi ya ulimaji wa shamba. Baada ya ngwe kukatwa, kila mmoja, mtu na mkewe, aliingilia yake. Kumaliza mojamoja waliendelea na nyinginezo, katika hali ya kushindana.

Kazi ya kupigana na ngwe baada ya nyingine waliifanywa siku nenda siku rudi, kuanzia alfajiri hadi adhuhuri, kisha wakapumzika. Kazi hiyo waliirudia kuanzia alasiri mpaka machweo ya jua.

Walimiminika jasho, huku wakihema *heh! Heh! Heh!* Walinuka makwapa. Lakini hayo yote hawakuyajali. Walilotaka lilikuwa kujitegemea kwa jasho lao. Si ajabu kuwa hawakuonyesha uchovu kwa namna yoyote ile. Ilikuwa lazima wafanye kazi kwa bidii namna hiyo, la sivyo mvua ya kupandia ingewakuta bado wanapambana na kilimo.

Kwa juma zima walipumzika siku moja tu maalumu iliyojulikana kama *siku ya juma*.

Kwa sababu kazi ilifanywa chapuchapu, shamba lote lililimika na kumalizika *pyu*, kabla ya mvua ya kupandia. Likawa ucheu mtupu, hivyo basi kuonekana kama kichwa kilichonyolewa nywele zote na kubaki upara mtupu.

Rasharasha za manyunyu ziliongezeka. Zikawa mvua yenyewe. Kishu Kazi na mkewe wakaingia shambani kwa kazi ya upanzi. Walipanda mbegu za mahindi na maharage. Kumaliza kazi hiyo, wakapumzika wakingojea matokeo.

Matokeo yenyewe yalianza kuonekana baada ya muda wa siku mbili tatu tu. Ardhi shambani iliumuka, iliinuka vichuguu vya hapa na pale. Shamba likawa vilimavilima vilivyoonekana kama majipu. Vilima hivyo vilipasuka taratibu, miche ikachipuka – ya mahindi na maharage. Ikaanza kupata kimo kwa kukua.

Kwa mtazamo tu, miche ilionekana kama kwamba ilikuwa ikishindana katika kukua. Lakini katika mashindano hayo, mliingia pia aina nyingine za mimea na vimea visivyohitajika. Aina hizi zina jina maalumu. Huitwa *kwekwe.*

Makwekwe, hasa nyasinyasi shambani huzuia nafaka kukua vizuri. Kwa hivyo, hupigwa vita kabla hayajapata nguvu sana. Hulimwa na kuondolewa mbali.

Kishu Kazi na mkewe walirudi shambani; wakaingilia kazi ya kulima makwekwe ili nafaka ziweze kukua vizuri. Kazi yenyewe ilikuwa nyepesi ikilinganishwa na ile iliyofanywa mwanzoni. Hivyo basi waliweza kuifanya kwa haraka ya mkono wa paka. Waliifanya chapuchapu.

"Wenyewe huko!" Sauti iliita. Ilikuwa ya mpita njia.

"Wenyewe!" Kishu Kazi aliitikia.
"Hamjambo?"
"Hatujambo!" mtu na mkewe wakajibu kwa pamoja. "Habari za kwako na wewe?" Kishu Kazi naye akamrudishia, akitaka pia kujua habari ya nyumbani kwake, kiafya.

"Kwangu pia ni kuzima; nashukuru," akajibiwa. Kisha aliongezea na, "Poleni kwa kazi jamani!"

"Tushapoa, asante," akamrudishia na kuongeza kusema, "Wala hata huna haja ya kutupa pole. Kazi ndiyo uhai rafiki yangu."

"Lakini Kishu Kazi, rafiki yangu!" mpitanjia akampazia sauti huku akicheka kicheko cha kujichekea tu.

"Kuna nini la kuchekesha tukacheke pamoja nawe?" Kishu Kazi akamwuliza.

"Mbona unanistaajabisha?" Mpitanjia akamwuliza.

"Kwa namna gani?"

"Ni kisu hicho ninachoona kiunoni?"

"Naam!"

"Yaani bado huachani nacho?"

"Ewe!" akamaka. "Kishu kazi!" akamtupia. "Kuna siku kindapata kazi. Au unasahau kuwa fimbo iliyo mbali haiui nyoka?"

"Kwaheri basi, rafiki yangu," akaagwa.

"Kwaheri ya kuonana na wewe," akamrudishia. Mpita njia akaenda zake na njia zake.

Kishu Kazi na mkewe waliendelea kupambana na makwekwe. Waliifanya siku baada ya siku, juma baada ya juma. Lakini mwezi haukukamilika; waliimaliza kabla. Miche yote, ya mahindi na maharage, ikawa imepata nafasi ya kushindana huru, peke yao, katika kukua. Shamba zima lilifunikwa kwa miche. Kwa jumla, lilipendeza macho kwa rangi yake ya kijani kibichi.

Mashindano kati ya mihindi na miharage katika kukua hayakuchukua muda kuamua mshindi ni nani. Miche ya maharage ilipisha njia mihindi. Ikaonekana ikizidi kuachwa nyuma huku mihindi ikienda na kujiendea tu juu. Miharage ilionekana kutosheka chinichini.

13

Miharage iliachwa nyuma na mihindi katika kukua. Lakini ndiyo iliyokuwa ya kwanza kutoa maua. Vivyo hivyo, ikawa ya kwanza katika kuzaa – maharage kwa wingi. Kisha ndipo mihindi nayo ikafuata nyayo katika kuzaa. Mahindi yalizaliwa sio mojamoja tu, bali pia mawilimawili na hata matatumatatu kwenye mhindi mmoja.

Kishu Kazi na mkewe walitazama kwa kutosheka. Kazi yao shambani iliwalipa vizuri kwa jasho lao. Mioyo wakaisikia ikiwadundadunda kwa furaha, dalili kuwa mambo ni mazuri kabisa. Kwa kweli shamba lao liliwapenda, wakalipenda. Walipendana nalo.

Kwa sababu yalizaliwa kwanza, maharage yalikuwa ya kwanza kukomaa. Ndiyo yaliyotangulia kuwa tayari kwa matumizi. Kishu Kazi na mkewe wakawa wamepata mboga

za kutowea chakula. Lakini hawakuwa wakila sana wakati huo. Matumbo yao yalipunguzwa nafasi na mahindi matamu, machanga – ya kuchoma, ambayo waliyapenda sana.

Maharage yalikauka. Wakayavuna kwa wingi, wakiyaweka katika stoo. Stoo ilipokea na kupokea maharage, mpaka ikasema, "Basi." Ilijaaa; ikawa haina nafasi ya kupokelea maharage zaidi. Hivyo basi yaliyobakia waliyauza. Wakapata fedha kwa matumizi na vitumizi vinginevyo.

Ulifika wakati wa kuvuna mahindi. Yalikuwa yamekauka pia. Ghala lao, kama vile stoo, lilipokea kapu baada ya kapu la mahindi makubwamakubwa. Lilijaa tele; mahindi yakawa bado yanalilia nafasi. Yalikuwa mengi mno.

Kwa jumla, mtaa mzima wa akina Kishu Kazi ulibarikiwa kwa kilimo. Mahindi yalivunwa kwa wingi na kila jamii. Kwa hivyo, hakuna aliyetaka mahindi ya kununua. Kila mmoja alikuwa nayo kwa wingi. Jambo hili lilimaanisha kwamba aliyetaka kuyauza, angeyauza kwa bei ya chini sana.

Kuuza kitu kwa bei ya chini mno si jambo la busara; si vizuri kufanya hivyo. Kishu Kazi alijikunakuna kichwa, akifikiria. Akaamua kujenga ghala jingine, nje ya nyumba.

Kishu Kazi hakuwa mtu mwenye mkono mzito kazini. Kwa hivyo, baada ya muda mfupi, ghala jipya lilikuwa tayari kupokea mahindi yaliyobaki. Huo ndio uliokuwa uganga;

hiyo ndiyo iliyokuwa dawa. Hivyo ndivyo Kishu Kazi alivyojipatia mahali pa kuyaweka mahindi yake ya ziada, yaliyokuwa yamekosa nafasi.

Kuna watu duniani, ambao hujikalia tu bure, wakati wenzao wakifanya kazi. Haya ni majitu ambayo hayataki kufanya kazi, lakini kula yanataka! Kwa kukataa kufanya kazi, hushindwa pia kujitegemea. Kwa kutoweza kujitegemea, huwategemea wenzao. Majitu namna haya ni kupe. Ni manyonyaji yasiyoweza kusaidia kwa vyovyote kiuchumi. Badala yake, yanakuwa mizigo kwa wenzao.

Kitu kinachosumbua akili zaidi ni kwamba, maisha yanapozidi kuwa magumu kwao, bado hawakubaliani nayo, ijapokuwa makosa ni yao. Ili wasitaabike, hujitafutia riziki ya chakula kwa njia zisizofaa. Hujiingiza katika matendo mabaya, kama vile wizi na hata unyang'anyi wa kutumia nguvu. Yaani huamua kuvuna mahali ambapo hawakupanda kitu; hata kwa nguvu, ikilazimu.

Matendo ya namna hayo lazima yapigwe vita. Tabia za namna hizo zinafaa kulaaniwa kabisa na kila mwananchi anayejali wenzake.

Kishu Kazi na mkewe walitumia mahindi waliyoyahifadhi katika ghala la nje. Hayo ndiyo waliyoanza kuyatumia kwa chakula. Walitaka yaishe ndipo watumie yale mengine.

Mpango ulikuwa ni mke kwenda kuingia kijumbani kwenye ghala la nje na kuchukua mahindi ya kuwatosha kwa chakula. Aliyapukusa punje, yaani chembe kutoka magugutani, akazitwanga kinuni kisha akasaga unga, tayari kwa kupika chakula.

Kuna siku alikwenda huko kijumbani. Lakini kutia mkono ghalani ili kuvuta mahindi, alishtuka. Mahindi yalienda *vrroo! Vrroo!* yakivoromokea nyuma! Yeye pia alirudi nyuma kwa kuogopa. Yakatulia.

Kujiinua na kutazama ghalani, aliona. Mahindi yalikuwa yameacha nafasi kubwa pale yalipovoromokea nyuma. Akawaza. *Ghala tulilijaza kabisa kabisa. Hatukuacha nafasi. Imetoka wapi nafasi iliyowezesha mahindi kuvoromokea nyuma?*

Alitoka nje na kwenda nyuma ya kijumba. Akaona. Palikuwa na vibumba vya nyasi zilizochomekwa vivi hivi, kuziba mahali palipotumiwa kuchomolea mahindi. Akampelekea ujumbe mumewe.

Mume alienda kuona ili ajihakikishie maneno aliyoambiwa. Yeye pia akaona – kwa macho. Mahindi yalikuwa yao. Lakini walikuwa hawayali peke yao. Walikuwa wakisaidiwa kuyala. Yalikuwa yakiibwa.

Kishu Kazi aligusa kisu chake kiunoni. Huku akikubaliana kwa kichwa na yale aliyoyaona kwa macho yake mwenyewe.

Akajiambia, *Kishu Kazi! Kuna siku kindapata kazi. Siku za mwizi ni arubaini. Kishu kazi!* Kishu Kazi alijipigapiga bongo; akajikunakuna kichwa akifikiria. *Naam!* akajiambia. *Wizi huu hauna budi kukomeshwa. Ni lazima nifanye juu chini kuukomesha.*

Kulingana na ushahidi, kama alivyouona kwa nyayonyayo nyuma ya kijumba, mwizi hakuwa mmoja. *Lakini hata wawe wangapi, akaendelea kujisemea moyoni, bado nitawakomesha. Nitawaonyesha cha mtema kuni. Wavivu! Kupe hawa wanaoishi kwa jasho la wenzao.*

Katika kufikiria, alipanga na mpango wa kuwatega kwa mtego kabambe; mzuri kabisa. *Wacha usiku uingie,* akajiambia. *Huo ndio wakati wao. Matendo yao mabaya hawawezi kuthubutu kuyafanya mchana. Ni ya gizani, usiku.*

Kulikuchwa; usiku ukaingia. Baada ya chakula cha jioni, Kishu Kazi aliingia kijumba cha nje – kuwangojea wezi wa mahindi yake. Humo ndani, alimgusa rafiki yake aliyekuwa naye kiunoni. Akamwambia, *Kishu kazi!* Alihisi makali. Kilikuwa tayari kabisa kushirikiana naye katika kufanya kazi.

Alitandika gunia chini; akajilaza kingalingali, kutazama juu. Alikuwa akingojea kazi ya *kishu kazi*.

Alingojea na kungojea. Wezi hawakuja. Alikesha akingojea; hawakuja. Mahindi yakalala salama usiku huo. Hayakuibwa.

Kishu Kazi alihisi amevunjika moyo kwa kuwa wezi hawakuja. Lakini bado alikuwa na hakika kwamba kuna siku wangekuja. Kwa hivyo, aliendelea kulala hukohuko kijumbani, usiku baada ya usiku. Hakuchoka kuwangojea. Hakuchoka kulinda mahindi yake yasiibwe. Hangeacha kuyalinda. Alitaka kutimiza ahadi yake ya *Kishu kazi siku kindapata kazi.*

Ulikuwa usiku wa mbalamwezi. Hivyo basi nje kulikuwa kweupe pe! Macho yake yalimwezesha kuona mbali.

Kutazama chini ya mbuyu kwa kuchungulia kutoka kijumbani, aliona watu watatu. Walikuwa wamejisimamia tu hapo; wakiongea. Akajua *ehee, ndio wale. Wanangojea kuingie giza, bila shaka,* akajiambia.

Alitupia jicho mwezi. Akauona unaelekea kutua. Baada ya muda mfupi, giza lingefukuza mbalamwezi. Akangojea huku ametulia tuli kijumbani.

Mwezi ulitua; giza likajaa kotekote. Hapo basi akachomoa kisu kutoka alani kiunoni na kukishika imara mkononi. Moyo aliusikia ukipiga *duh! Duh! Duh! Duh!* kifuani.

Kama alivyotarajia, alisikia sauti za chinichini zikikaribia kijumba. Akajisikia akirukaruka kwa furaha ya ndani kwa ndani.

Walikuja, akawasikia wakija. Akazidi kukishika imara kisu chake na kukiambia, *Kishu kazi!* Alikuwa tayari kabisa kuwakaribisha wageni aliokuwa akiwangojea. Atawapokea kwa *kishu kazi.*

Wageni waliwasili; akawasikia wakinong'onezana. Walikuwa wakiongea kwa sauti za chinichini nyuma ya kijumba. Akatulia tuli, akingojea kwa hamu kubwa. Punde si punde, vibumba vya manyasi vilivutwa polepole; vikafumbuka.

Giza lilitanda kotekote. Lakini kijumbani mlikuwa na giza zaidi. Nje kulikuwa afadhali. Kulikuwa na mwangaza kidogo. Kwa hivyo, nyasi zilipochomolewa, tundu lilileta mwangaza. Kishu Kazi akaweza kuona kidogo kutoka mahali alipojibanza kijumbani, tayari kukipatia kazi *kishu kazi*.

Kishu Kazi alikazia macho tundu, huku moyo ukizidi kumwenda mbio kwa hamu. Kufumba na kufumbua, aliona mkono ukiingia tunduni kutoka nje. Ukachomoa mahindi kwa kuyavuta na kurudi nayo hukohuko nje ulikotoka. *Ahaa!* akajiambia kimoyomoyo. Alijitayarisha kwa kazi kwa kumwambia rafiki yake, *Kishu kazi!*

Mkono kurudi tena tu ghalani, ili uchomoe mahindi mengine, Kishu Kazi aliuwahi kwa haraka ya umeme na kuukata kiganja *pya!* Ulivutwa mara moja, ukaenda bila kiganja. Kilibaki na Kishu Kazi mkononi.

Mwizi alijiuma meno, akijikaza kisabuni katika kujaribu kujizuia asipige ukelele. Hivyo basi alitoa tu sauti ya chinichini iliyoenda *hyii!* kwa kuchomwa na maumivu makali ya kukatwa kiganja ghafla. Lakini ili wenzake wasijue kumefanyika nini, alikificha mfukoni kigutu cha mkono; akabaki kujichekea tu kijingajinga. Hakutaka wenzake wajue. Hakutaka siri ifichuke. Wangekimbia.

Kishu Kazi alikiweka kando kiganja alichokikata. Akawa tayari tena, akajiambia, *Kishu kazi!*

Kumsikia mwenzao akijichekea kijingajinga, wale wezi wengine wawili walimwuliza, "Mbona?"

"Mbona nini?" yeye pia akawarudishia mara moja.
"Kuna nini?"
"Kuwe na nini kwani?" akauliza, akijibu swali kwa swali.
"Umemaliza kazi?"
"Kazi gani?"
"Umetoa mahindi ya kutosha?"
"Kabisa. Mimi nishapata ya kutosha. Toeni na ninyi, ili twende zetu," akahimiza.

"Haya, hebu basi," wa pili akamwambia, huku akija mbele.

Alitia mkono ghalani; Kishu Kazi akamwacha achomoe mahindi huku akijiambia, *Kishu kazi!* Alingojea mkono uingie tena ghalani. Nao haukuchukua muda; ukarudi. Hapo basi huo pia, aliushika na kwa haraka hiyo hiyo ya umeme akaukata kiganja na kukiweka kando na chenzake. Kama vile mwenzake, mwizi huyu pia alijikaza kisabuni, hivyo basi kutoa tu sauti ya *hyii!* kwa maumivu makali. Kisha, kama vile mwenzake, akaanza kujichekea kijingajinga.

Kwa mkono wake wa kushoto, mwizi wa kwanza kukatwa kiganja alimsukumia mbele mwenzao aliyebakia. Akamhimiza kwa kumwambia, "Haya, zamu yako na wewe. Haraka twende zetu."

Mwizi aliyebaki alichomeka mkono ghalani. Kishu Kazi kuuona tu huu, hakuuruhusu uchomoe mahindi kama ile mingine. Mara moja alimhimiza *rafiki* yake kwa kumwambia, *Kishu kazi.* Akauwahi na kuukata *pya!* kiganja chake. Mwizi huyo pia aliuvuta mkono kwa nguvu, lakini siyo kimyakimya kama wenzake waliomtangulia. Alipiga mayowe ya *whwaah! Whwaah! Whaaah!* huku akikimbia. Hapohapo, wenzake pia waliungana naye katika kulia *whwaah! Whwaah! Whwaah!* huku wakiwa mbio nyuma yake.

Kishu Kazi aliachwa na viganja vitatu. Alishindwa kujizuia kucheka alipowasikia wezi wake wakishindana katika kulia *whwaah! Whwaah! Whwaah!* Alitikisa kichwa huku akicheka.

Asubuhi, alivichukua viganja, akavitia mkobani na kuanza kuzunguka navyo kutoka hospitali moja hadi nyingine. Alikuwa na hakika kwamba atawakuta katika mojawapo ya hospitali, wakipatiwa matibabu ya majeraha yao. Alitaka awarudishie viganja vyao, ili vibandikwe na kushonwa kwenye vigutu vya mikono yao.

Hivyo ndivyo Kishu Kazi alivyotimiza ahadi ya *Kishu kazi. Kuna siku kindapata kazi.* Ndivyo kilivyopata kazi KISHU KAZI.

2

Sungura Mjanja

Simba, Chui, Fisi, Sungura, Mbwa na Kobe walikuwa wakiishi hapa na pale nchini kwao. Mbali na kutembea, pia walikuwa na shughuli nyingi nyingine maishani mwao. Kwa hivyo, walikutana na kuingiliana mara kwa mara. Wakajuana na kuelewana kuhusu mambo mengi maishani mwao. Matokeo ya jumla yalikuwa ni kuzuka kwa urafiki kati yao. Walipendana sana. Wao ulikuwa ni urafiki wa chanda na pete, wa kufa kuzikana.

Viumbe hawa walisikilizana sana; wakawa hawajui neno *kukosana*, wala maana yake. Hawakuchokozana, wala kuchukizana. Waliishi maisha ya kila mmoja kumjali na kumfanyia wema mwenzake.

Nchi yao ilibarikiwa kwa rutuba na mvua. Kwa hivyo, haikuwanyima chakula. Ilijaa wingi wa matunda na vyakula vya kila aina. Kwa jumla, haikupungukiwa na kitu. Wakawa wakipata kwa urahisi kila walichotaka.

Simba na viumbe wengine wenzake kwa upande wao nao hawakuwa na shida. Mambo yaliwaendea vizuri sana.

Lakini kama tujuavyo, maisha sio tu raha mustarehe siku baada ya siku. Ni kweli, yana mazuri ya kupendeza. Lakini pia, hapohapo yana mabaya ya kuchukiza. Hata siku vilevile huanza asubuhi kwa mwangaza unaovutia, kisha ikamalizika kwa giza linaloogopesha. Mabonde huwa na kinyume chake katika milima. Asali ni tamu sana; shubiri nayo ni chungu mno. Kwa jumla, maisha ni mchanganyiko wa mambo mengi tofautitofauti.

Kwa muda mrefu, maisha yalipendeza sana nchini kwa akina Simba. Lakini kumbe! Yalikuwa yameficha ubaya mbele yake. Hali ya hewa ilibadilika; mvua ikakataa kunyesha. Kwa hivyo, nchi ikakauka na kuwa na ukame mtupu kila mahali.

Wenyeji, yaani akina Simba, walisubiri mvua. Waliingojea wakati walipojua imekaribia kunyesha. Lakini kungojea kwao kukaonekana kuwa hakuna mwisho. Haikunyesha. Wakajiuliza na kuulizana kwa lugha kama walivyoiongea, *Mvua iwe imekoshwa nini ya chini huko juu? Imefanyiwa makosha gani?* Sababu hawakuweza kuiona. Wakakosa jawabu. Lakini, hata hivyo, hawakufa moyo. Waliendelea kungojea kwa hamu. Walikuwa na tamaa kwamba mawingu yangetafutana huko juu mbinguni, na kuonana. Kisha yangekusanyika pamoja ili yazungumze na kusikizana. Matokeo yangekuwa wao kupata kile walichokitamani sana, yaani mvua.

Waliinua macho yao mara kwa mara juu, wakitazama mbinguni. Ndiyo; mawingu waliyaona. Lakini hayakuonekana kuwa ya mvua. Wakaanza kuvunjika moyo kila siku iliyokuja na kupita.

Mawingu hayakuwahurumia akina Simba kwa kuwaletea mvua. Hali ikazidi kuwa mbaya. Iliendelea kuwa mbaya, mbaya, mbaya, mpaka wakakata tamaa kabisa. Ili kuwaonyesha wazi kuwa mambo hayakuwa mazuri, hata mto walioutegemea kwa maji pia ulianza kukauka. Ulikauka, ukakauka na kukauka, mpaka ukakauka kabisa. Akina Simba wakabaki wakiukodolea macho tu kwa mshangao. Hawakujua wapate wapi maji.

Iliwabidi viumbe hawa wawe wakienda kutafuta maji mbali sana kutoka mahali walipoishi. Walienda huku na huko, wakitafuta maji. Kuyapata ilikuwa kazi ngumu. Kurudi nayo mpaka nyumbani pia haikuwa kazi rahisi. Ilichosha miili. Mbali na hayo, haikuwa kazi ya siku moja. Ilikuwa ya safari za nenda-rudi, siku baada ya nyingine. Simba aliachwa huru. Hakupewa zamu. Alikuwa mfalme wao.

Ilikuwa muhimu kwao kujitafutia au kujipatia wakati wa kupumua na kupumzika. Wakasikilizana wawe wakienda kutafuta maji kwa zamu. Kulingana na mpango huo, wangechoka mmojammoja tu. Yaani mwenye zamu ndiye angechoka pekee. Wengine, wakati huo, wangekuwa wakipumzika, wakingojea zamu zao.

Siku ziliendelea kupita; hali nayo ikazidi kuwachafukia. Ilizidi kuwawia mbaya. Kukaonekana umuhimu wa kushauriana.

Waliitana mkutanoni, chini ya uongozi wa mfalme wao. Simba alifungua kikao kwa kusema, "Mimi, nichiwa chiongozi wenu, nimekuwa nichifichiyi shana. Nimekuwa nichiwaza na kuwazua. Achiyi yangu ikaniambia chitu cha maana shana. Nashauyi kuwa tuchimbe mchaya."

"Mchaya!" zikauliza kwa mshangao sauti kadha wa kadha.

"Ndiyo; mchaya," akawarudishia.

"Mchaya ni chitu gani mwenyechiti?" Alikuwa Fisi huyo, akiuliza.

"Swayi zuyi shana hiyo, Fishi," akamwambia. "Kuuyiza shi ujinga; ni kutaka kujua. Au shivyo, jamaa?" akauliza kikao.

"Kweyi kabisha!" Sungura akampokea swali. Kisha akamgeuzia uso Fisi na kumwambia, "Yachini we Fishi! Hivyo hujui maana ya *mchaya,* he?"

"Mimi pia shijui, Shunguya, tueyeze," Kobe akasema.

Sungura aliangua kicheko. Alikuwa kama kwamba anawacheka wenzake kwa kutojua kwao. Kisha akasema, "Mchaya yafichi zangu ni ...," alinyamaza na kuanza kucheka kijingakijinga. Alicheka na kucheka mpaka machozi yakaonekana machoni mwake.

"Aya!" Mbwa akashangaa. "Shi utueyeze tu?"

Huku akijifuta machozi, Sungura alisema, "Mchaya? Haah! Namna gani tena? Mchaya ni .... Hebu waeyeze Mbwa."

"Waya mimi pia shijui, Shunguya," Mbwa akamwambia.

Kwa mara nyingine tena, Sungura alicheka na kucheka, mpaka akajishika mbavu kwa kucheka. Machozi yalimdondoka kwa wingi machoni. Kucheka kwake kukaongezeka na kukohoa.

Alipoweza kujizuia kukohoa, alijifuta machozi, akamgeuzia uso Simba. Akamwambia, "Hebu waeyeze, Bwana Mwenyechiti." Simba akajua kuwa Sungura hakujua maana ya *mchaa*. Alijifanya tu kujua, ili aonekane kuwa mwerevu zaidi.

Simba aliyatoa kwa utaratibu maelezo yafuatayo, "Mchaya, wananchi wenjangu, ni shawa na ziwa unapoutazama. Huonekana kama ziwa hasha. Yachini tofauti ni kuwa ziwa hayitengezwi na viumbe. Huonekana tu tayayi yiko mahayi. Hata maji ndani yake huwa yayiingia yenyewe baada ya mvua kunyesha. Mchaya kwa upande wake huchimbwa na viumbe iyi mvua ichinyesha, maji yaingie kwa matumizi yao wakati wa shida ya ukame kama huu tulio nao."

"Haya; ndiyo hiyo maana ya mchaya wananchi wenjangu," Sungura akasema, huku akiwatazama mmojammoja. "Mwenyechiti wetu ameieyeza vizuyi shana. Sina haja ya kuwaeyeza zaidi."

Palipita kimya. Simba akawauliza, "Au mwaonaje wananchi wenjangu, kuhushu wazo hili?"

"Hiyo shiyani kuwa ni wazo baya," akasema.

"Mchaya utakuwa chitu cha shishi kujiwekea achiba."

"Ni heyi tukubayiane na mwenyechiti wetu, jamani. Kama tujuavyo, hakuna achiba mbovu," Kobe akapendekeza.

"Waya achiba haiozi," Mbwa naye akaongezea.

"Shote tunakubayiana naye," Fisi akamalizia.

"Shawa bashi," Mwenyekiti akasema. "Kazi itaanja kesho ashubuhi. Hakuna kucheyewa. Tumeshikizana hivyo?"

"Ndiyo!" akarudishiwa kwa sauti za pamoja.

"Nimevunja chikao; yaani mkutano wetu umemayizika."

Waliachana; kila mmoja akarudi kwake.

Kazi ya kuchimba mchaa, kama walivyosikilizana na kuagana, ingeanza kesho yake. Lakini usiku huo, Sungura hakutulia nyumbani kwake. Alizunguka akibisha kutoka nyumba hadi nyumba. Ujumbe aliouzungusha ulikuwa: "Mchaya mimi shitachimba; yachini maji bado nitayanywa." Kwa mwenyekiti hakufika.

Asubuhi, wenzake wote walifika kazini. Walikuwa wamevaa suruali ndefu zilizozeeka. Kila mmoja alikuwa na kifaa chake cha kufanyia kazi. Mwenye jembe alikuja na jembe, mwenye shoka akaja na shoka, mwenye panga, panga, mwenye mwiko, mwiko, na kadhalika. Simba pekee ndiye aliyevaa vizuri. Hakuwa na kifaa.

Simba kutazama hapa na pale, aliwaona wote, isipokuwa Sungura. Hakuwapo.

"Yuko wapi Shunguya?" aliuliza.

Wenzake walitupa macho huku na huko. Hawakumwona Sungura. Wakatazamana. Kimya.

Kobe ndiye aliyemaliza kimya kwa kusema, "Shunguya alishema mchaya hatachimba; yachini maji bado atayanywa."

"Hivyo, heh?" Mwenyekiti akauliza.

"Ndiyo! Hivyo hasha," akajibiwa kwa sauti za pamoja.

Simba alijikunakuna kichwa. Alikuwa akifikiri. Kugeuza uso upande wa kushoto, akamwona Sungura akifika, lakini mikono mitupu. Hakuwa na kifaa wala kitu kama kifaa.

Isitoshe, hakuvaa suruali ya kazi, kama wenzake. Alikuwa amevaa suti kamili ya mtumba. Tai hakusahau kujifunga shingoni. Alionekana maridadi kama kwamba amekuja karamuni.

"Hamjambo, ndugu wafanyakazi?" sauti ilimtoka ya salamu.

Kimya.

"Aya!" akamaka. "Midomo yenu imeshonwa au vipi?" akauliza. Kimya. *Yabda wanataka niwashayimie kwa yugha yahishi zaidi,* akajiambia. Hivyo basi akawatupia ile aliyoichukulia kuwa lugha ya kawaida kabisa: "Habayi ya ashubuhi, ndugu wafanyakazi?"

"Hebu shichiza, Shunguya," Mwenyekiti akamwambia. "Tuyishichizana nini jana?" akamwuliza.

"Shi tuyishichizana kuwa kazi ianje hivi ashubuhi?" akamjibu kwa njia ya swali.

"Shasha?"

"Shasha nini tena, Bwana Mwenyechiti?"

"Unataka kutuchezea?" akaulizwa kwa sauti ya kuonya.

"Vipi?"

"Umekuja kazini au kayamuni hapa?"

"Shamahani, Bwana Mwenyechiti. Shijishichii vizuyi yeo. Naumwa na chichwa vibaya shana. Kwa hivyo, nimekuja kuomba mshamaha. Niyuhushuni niende kupumzika. Nashichia ugonjwa wa ushingiziushingizi."

"Kwa shababu hukuyaya ushiku, shiyo?" Chui akamkumbusha.

"Nani ashema hivyo?" akamwuliza huku akimkazia macho. "Au uyiniona?"

"Uyituzunguchia uchituambia nini ushiku?" yeye pia akamwuliza.

"Shunguya kabadiyishe nguo, uje kazini," Mwenyekiti akamwambia.

"Yachini nimeeyeza, Bwana Mwenyechiti," akasema kwa sauti ya kulalamika. "Mimi ni mgonjwa shana yeo."

"Mwongo!" Fisi akamtupia.

"Nani mwongo?"akamwuliza, huku akimtazama.

"Shichiza, Shunguya," Mwenyekiti akamwambia. "Ujanja wako hautakufichisha mbayi. Hautakufichisha popote. Hivyo bashi—"

"Shunguya, utaenda kubadiyisha nguo, uje kazini," Mwenyekiti akasisitiza kwa sauti imara.

Sungura alianza kujikunakuna kichwa. Akasema kwa sauti ya chini, "Yachini mgonjwa tangu yini akafanya kazi, Bwana Mwenyechiti?"

"Ukaja kufanya nini bashi hapa?" Mwenyekiti akamwuliza kwa ukali.

"Shi nimekuja kuwajuyisha na kuwaomba mshamaha?"

"Kwenda zako," akaambiwa. "Shitupotezee wakati."

"Mnanifukuza shiyo?"

"We nenda. Shawa. Mchaya ushichimbe. Yachini maji hutayanywa," akahakikishiwa.

Alishikwa na haya kwa kusikia akijibiwa kuhusu ujumbe wake kwa wenziwe usiku. Akawa hana la kusema, hana pa kutazama.

"Weyevu mwingi, mbeye ni giza, Shunguya," Mwenyekiti akamkumbusha.

"Bashi ichiwa ni yazima nifanye kazi, haidhuyu. Niyuhushuni niwe mnyapaya."

"Ati?" akaulizwa kwa mshangao.

"Hamkushichia, he?" akawatupia na yeye.

"Ndiyo shababu ukavaa shuti?" akaulizwa. Palifuatia kicheko; akichekwa yeye.

"Nichekeni tu; shi neno. Yachini nimewaambia. Kwanja mimi ni kama mnionavyo. Ni mdogo. Shina nguvu za kufanyia kazi," akawaambia.

"Na Kobe je? Shi yeye pia ni mdogo na bado amekuja kazini?" akakumbushwa. Kobe, wakati huo, alikuwa akikubaliana nao kwa kichwa.

"Yachini Kobe ni Kobe; na Shunguya ni Shunguya," akazidi kujitetea.

"Shunguya unatupotezea wakati!" Mwenyekiti akamwambia, huku akimwendea. "Hebu nenda zako."

Kuona jinsi alivyokuwa akitazamwa na mwenyekiti kwa hasira, Sungura alijilazalaza nywele kichwani. Kisha akasema, "Haya bashi. Nawaambia waziwazi shasha. Mchaya shitachimba, yachini maji bado nitayanywa. Mpende, mshipende." Kisha huyoo, akajiendea zake kwa mwendo wa maringo yaleyale aliyojia.

Kazi ilianza ya kuchimba mchaa. Ilifanywa kwa moyo na nia moja. Matokeo yakaanza kuonekana. Mchaa ulianza kupata kina, huku ukipanuka.

Kufikia jioni, walikuwa wamefanya kazi kubwa. Walikuwa wameuchimba mchaa, si haba. Walikuwa wamefanya kazi ya mwenye jicho kuona na kukubali kuwa kweli imefanywa. Lakini pia walikuwa wamechoka, kiasi cha kujisikia wavivu hata katika kurudi majumbani mwao.

Waliachana kwa masikizano ya kila mmoja kwenda kupumzika vya kutosha. Kazi ingeendelea kwa moyo huohuo keshoye.

Usiku kuingia, Sungura alizunguka kimyakimya majumbani kwa wenzake. Alitaka kusikia wanasema nini juu yake.

Nyumbani kwa mbwa, alisikia namna Mbwa alivyokuwa akikohoa. Vumbi la kazi ya kuchimba mchaa lilimwingia vibaya kifuani. Sungura akacheka kimoyomoyo. Kisha akamlaani kwa kusema kichinichini, "Kukohoa hakutoshi. Heyi ufe kabisha mpumbavu wewe. Hukujua kwamba unajiumiza tu?" Kama kwamba akimtakia Mbwa mabaya zaidi, aliukojolea mkia wake mrefu na kuirashiarashia nyumba. Halafu huyoo, akaendelea na safari yake ya kisirisiri.

Kwa Kobe alisikia kukikoholewa zaidi ya kule kwa mbwa. Akaangua kicheko kilichomfanya aanze kukohoa hata yeye. Kobe kusikia kicheko nje ya nyumba yake, akajizuia kukohoa na kunyamaza zi. Alitaka kujua ni nani mwenzake aliyekuwa akipata taabu ya kukohoa pia. Sungura kusikia *zi,* yeye pia akajizuia na kunyamza zi. Akaendelea na safari yake.

Baada ya juma moja, kazi ilikuwa imefanywa ikafanyika. Mchaa ulikuwa umechimbwa ukachimbika. Ulikuwa na kina cha kutosha, tayari kupokea maji, mvua itakaponyesha. Wakatengeneza mifuo ya kuzuilia maji yanapoteremka na kuyaelekezea mchaani. Kisha wakapumzika, huku wakingojea mvua kwa hamu na ghamu, yaani kwa tamaa iliyoongezeka na matumaini. Kila walipotupa macho mbinguni, mioyo ilijaa furaha kwa kuona mawingu meusi yakikaribiana na kupishana. Walijua mambo si mabaya; hayangeendelea kuwa mabaya. Dalili ya mvua ni mawingu. Ulikuwa usiku wa manane – usiku kabisa. Wakaamshwa na vita vya bunduki na migongano ya mapanga mbinguni. Kusikiliza vizuri, ndiyo. Wakajisikia kutosheka. Zilikuwa ngurumo zilizoandamana na umeme. Mgeni hushangiliwa na mwenyeji, yaani yule anayetembelewa. Humlaki, akampokea na kumkaribisha kwa furaha nyumbani kwake. Si ajabu basi. Kina Simba walisahau usingizi wakati huo, na kuanza kumshangilia kimoyomoyo mgeni waliyekuwa wamemngojea kwa hamu, kwa muda mrefu sana. Walisikiliza, wakimngojea apige hodi, wamkaribishe. Wakasikia *pta! pta! pta! pta!* za huku na huku mapaani, juu ya nyumba zao. Wakajua ehee; ndiye huyo! *Pta! pta!* ziliongezeka kwa kasi. Zilisikika kuwa za harakaharaka zaidi, zikipiga *ptaptaptapta!* Mvua ilikuwa imeanza. Ilinyesha, ikanyesha na kunyesha.

Kwa sababu ya furaha, sehemu iliyobakia ya usiku waliikesha macho, wakisikiliza mvua ikinyesha. Walikuwa wakingojea kuiona kwa macho yao asubuhi. Walitaka kuona kuwa kweli ilikuwa mvua ikinyesha. Asubuhi ikafika; na kweli wakaona na kuamini.

Polepole, kila mmoja wao alijikuta akiinamisha na kuinua kichwa, mbele-nyuma, nyuma-mbele. Hiyo ilikuwa ishara ya kutosheka kwao.

Kufikia saa tatu asubuhi, mvua ilianza kuanuka. Ilianza kumalizika polepole, mpaka ikawa ya matonematone na kumalizika *go*. Ikaacha maji yakimiminikia huku na huko.

Mtaro walioutengeneza ulitega maji kwa wingi; na ukayaelekezea mchaani. Mchaa ulijaa; ukakaribia kubomoka ukingo. Wakatosheka kuwa sasa shida ya maji imewaondokea kabisa kabisa.

Mvua ilirudisha baraka zake kwao. Mazingira yao yakarudia rangi yake ya kijani kibichi. Walipata neema kubwa mashambani kwao. Walipata mavuno kwa wingi. Wakasahau taabu iliyowakumba wakati wa ukame. Hata Sungura pia alishukuru. Kijishamba chake hakikumtupa. Hakikuwa kichoyo kwake. Yeye pia akasahau njaa.

Walikuwa wametaabika sana wakati wa ukame. Lakini shida hiyo sasa wakawa wakiikumbuka tu kama jambo la kihistoria, lililopita. Hawakusema uongo walionena kuwa, 'Baada ya dhiki, huja faraja'. Yaani, baada ya taabu, huja hali ya kufurahisha moyo. Hata hivyo, msemo huu huu unamaanisha pia kuwa baada ya faraja huja dhiki!

Kilikuja kipindi kingine cha ukame. Safari hii ukame uliowajia ulikuwa mrefu zaidi. Lakini akina Simba hawakujali. Haukuwasumbua. Kwa kuelewa kwamba akiba haiozi, walijichimbia mchaa ambao sasa ulikuwa umejaa maji. Hawangesumbuka kwenda kuyatafuta. Yalikuwapo kwa wingi, kwa matumizi yao. Wakasahau kabisa habari ya shida ya maji. Walisahau pia hata maneno ya Sungura, ya *Mchaya shitachimba. Yachini maji bado nitayanywa. Mpende mshipende.* Kwa hivyo, waliendelea tu na kazi zao za kila siku. Hawakujua kwamba hata Sungura pia alikuwa akifurahia jasho lao. Alikuwa akinywa maji yao bila wasiwasi, ijapokuwa mchaa hakuchimba. Alikuwa akiyaiba.

Siku za mwizi ni arubaini. Yaani kuiba kuna mwisho wake katika mwizi kushikwa.

Chui alikuwa wa kwanza kugundua siri ya Sungura. Alienda mchaani kuteka maji asubuhi moja. Kutupa jicho upande wake wa kulia, akaona vijao vya Sungura. Vilikuwa vimekanyaga kuelekea majini, kisha vikaondoka. Kutazama zaidi, *ahaa*. Akakubaliana kwa kichwa na yale aliyoyaona kwa macho yake. Vijayo vilitapakaa, vilienea; vilionekana hapa na pale. Hakuwa na shaka. Sungura alikuwa akija kuteka maji yao kila asubuhi na kila jioni.

Chui alipitisha ujumbe kwanza kwa simba, kisha kwa wenzake wengine. Wote kwa pamoja wakakimbilia mchaani. Walitaka kujihakikishia kwamba huo haukuwa uongo. Kufika, kweli; walijionea, kila mmoja wao, kwa macho yake mwenyewe.

Walishauriana na kupeana maoni hapohapo. Wakakubaliana kuwa Sungura apelekewe ujumbe wa kwenda kuonana na kiongozi wao, ili akanywe. Walitaka aambiwe wazi kwamba alikuwa akifanya kosa kubwa kwa kuwachukulia kuwa ni wajinga.

Sungura alipata ujumbe, lakini akapuuza. Alijifanya kuwa hakuambiwa kitu. Hata hivyo, alijua kuwa amejulikana na wenye maji. Lakini angeachaje kuyatumia? Maji ni uhai; bila maji hakungekuwa na uhai. Kwa hivyo, akaamua kuyatumia kwa vyovyote vile, wapende wasipende.

Aliendelea kuyatumia kisirisiri. Alitumia werevu zaidi katika wizi wake. Zaidi ya hayo, alikuwa tayari hata kuhonga kwa kutumia pesa au zawadi.

Kwa upande wao, kina Simba walishauriana katika mazungumzo. Walifikiria kumwekea mtego mchaani. Lakini wazo hilo hawakuliona kuwa zuri. Sungura alikuwa mjanja mno. Haingewezekana kumshika kwa mtego. Wakakubaliana kulinda maji kwa zamu.

Wa kwanza kuchukua zamu alikuwa Mbwa. Kulingana na mahitaji ya kazi hiyo, Mbwa alivaa kabuti, akashikilia gongo kubwa mkononi.

Alizunguka mchaa, akitupa macho huku na huku. Hakumwona Sungura. Baada ya muda, akaamua kupumzika. Alivua kabuti na kuliweka chini pamoja na gongo lake. Akaketi kitako. Macho yake sasa yakawa ndiyo yanayolinda maji.

Haukupita muda, alisikia *kwakwacha kwakwacha! kwakwachakwacha!* Hakuamini kwamba kweli alikuwa akisikia sauti fulani. Kutupia jicho upande ilikotokea sauti, alimwona Sungura yulee. Alikuwa akioga baada ya kujaza mtungi wake kwa maji ya kupeleka nyumbani. Hakuonekana kuwa na wasiwasi wowote.

Mbwa aliamua kumfunza adabu ambayo hangeisahau. Kwa sababu alitaka kumshika akiwa uchi, tuputupu, wakati akioga, hakujali kukumbuka angalau kuvaa tena kiaskari. Badala yake, alisahau kabuti na hata gongo lake. Mbio, alimkimbilia Sungura ili amwahi. Alitaka kumhakikishia kuwa mchaa una wenyewe, maji yana wenyewe.

Kufumba na kufumbua, Sungura alimwona Mbwa, akimkimbilia kwa mbio za kumshika kwa vyovyote vile. Hapohapo, yeye pia akajua kwamba usalama wake umo miguuni mwake, katika mbio. Alivuta pumzi, akakanyaga kwa nguvu na kujisukumia mbio mbele. Huyoo!! Alichomoka kama mshale.

Huku akikimbia *prup! prup! prup! prup!* Mbwa alimfukuza *bwug! bwug! bwug! bwug!* nyuma yake. Mbio zao zilikuwa kama mashindano, lakini siyo tu ya kushindania ushindi. Zilikuwa mbio za hata kuvunja rekodi mashindanoni.

Mbwa alimfukuza kwa kutaka sifa kutoka kwa wenzake. Hakutaka waende kumcheka kwa kumchukulia kuwa alishindwa na kazi. Sungura kwa upande wake alikimbia ili kuyaokoa maisha yake. Mbwa alimfukuza ili amkamate na kumfunza adabu; Sungura alikimbia kwa mbio za kufa na kupona.

Sungura alikimbia, akakimbia; Mbwa akimfukuza na kumfukuza. Mfukuzwa alihimiza viguu vyake vimponye; mfukuzaji akajisikia akimwambia, *Unajishumbua buye, mjinga wewe. Yeo ni yeo. Utanitambua.*

Sungura alimsikia mbwa akihema *heh! heh! heh! heh! heh!* nyuma yake. Alikuwa amemkaribia sana. Umbali kati yao

alikuwa ameupunguza na kuupunguza na kuupunguza. Sasa ilikuwa kumshika tu. Sugura akajua kwamba hangeshinda kwa mbio tu. Ushindi angeupata kwa kutumia ujanja wake. Hivyo basi alienda *prruu!* kwa haraka ya umeme. Kisha akasita kwa kufunga breki ghafla. Vumbi likaenda *bwhuu*, mbele yake.

Bila kujua kumefanyika nini, mbwa alikuja mbio kutoka nyuma na kupita *vup!* Alipotea ndani ya vumbi, huku bado akiwa mbioni. Lakini ghafla, mbele kulikuwa wazi – kweupe pe! Vumbi alikuwa amelipita nyuma yake. Aliyekuwa akimfukuza pia hakumwona! Huo akauona kuwa muujiza; hiyo ilikuwa ajabu kubwa kwake.

Alitazama huku na huku–kulia, kushoto, mbele, nyuma. Wakati huohuo, alizoma *whoh! Whoh! Whoh! Whoh!* Hakumwona Sungura.

Yimepoteyea wapi yachini hiyo? akajiuliza. Yiyitumia maayifa gani? Yiwe yiko wapi shasha? Hakuyapatia jawabu maswali hayo. Kwa hivyo, akatikisa kichwa tu kwa huzuni ya kushindwa. Kisha huyoo, akarudi nyumbani, kuwapa habari wenzake.

Wakati Mbwa alipokuja mbio na kumpita *vup!* kutoka nyuma, Sungura alimwona akienda na vumbi. Akaumia mbavu kwa kucheka kimoyomoyo. *Yiyifichiyi yinafukuza mjinga!* akasema. *Pumbavu kabisha hiyo!* Kisha alimwona akijizomea tu *whoh! whoh! whoh! whoh!,* mbele ya vumbi. Alimtazama kwa dharau wakati akienda zake. Sungura alirudi kwa maringo mchaani. Jasho la mbio lilikuwa limeanza kumkauka mwilini.

Kufika mchaani, alitazama huku na huko. Akasita ghafla kwa mshangao. Aliona kitu kama guo kubwa. Moyo ulianza kumwenda mbio. Aliogopa kwamba huyo alikuwa ni adui-mlinzi mwingine, akijificha ili asionekane. Lakini hakuamua akimbie. *Ni heyi kuhachichisha kabya ya kuamua, kuyiko kuamua kabya ya kuhachichisha,* akajiambia. Naam;

Sungura hakuwa mmoja wa wale ambao hujikimbilia tu, bila hata kujua wanakimbilia nini. Hivyo basi, kwake ilikuwa ni vizuri kujihakikishia, kabla ya kuamua kukimbia; kuliko kuamua, kabla ya kujihakikishia.

Alisimama wima kwa kuinua juu vikono vyake. Alitaka kukiona vizuri kile alichokifikiria kuwa adui. Akaona. Hakuwa mlinzi. Lilikuwa guoguo tu chini.

Sungura aliteremsha vikono vyake chini; akakaribia guoguo. Kutazama, aliangua kicheko cha *hyehyehyehye! Hyehyehyehye!* Akatikisa kichwa kwa kumsikitikia Mbwa, ambaye alisahau si kabuti tu, bali pia gongo lake la kulindia! *Ayikuwa mjinga namna gani yachini huyu? Anashahau hata shiyaha yake? Heehe! Hata kama ningemgeuchia iyi kupigana naye, shi ningemwumiza buye tu?* Alikunja vigumi. Huku akijifanya kama kwamba anapiga, akasema, *Ningemtwanga twap! Twap! Twap! Twap! kwa ngumi mfuyuyizo, mpaka akayia hyiihyiihyiihyii! Ana bahati yake mpumbavu huyo.*

Alitupa macho huku na huku. Akawa na hakika. Hakukuwa na nani wala nani mwingine wa kumzuia kufanya atakalo. Alikuwa yeye tu na mchaa.

Alichukua kabuti na kulivaa. Aliinua gongo; akalishika imara mkononi. Kisha akajiambia, *Shasha hebu wajayibu kuja kuteka maji. Nitawaonyesha cha mtema kuni. Mchaya shasha ni wangu, wapende washipend e. Kuchimba wayichimba, yachini maji hawayapati.*

Alitazama tena huku na huko. Kisha akaanza kuzunguka mchaa, akitupa macho mbele, kulia, nyuma, kushoto. Alitosheka kwa kujisikia kuwa askari kweli.

Wangenipatia mimi kazi hii; maji ningeyainda vizuyi kabisha; akajiambia. Akacheka pekee.

Alienda mpaka pale alipotimuliwa mbio na Mbwa. Kila kitu bado kilikuwapo kama alivyokiacha – viguo vyake pamoja na mtungi. Alitazama tena huku na huko. Hakuona adui. Aliweka gongo chini; kisha akavua kabuti. Alioga mwili mzima, bila wasiwasi wowote. Akamaliza na kujinyoshanyosha kwa kutosheka. Alijisikia kuwa mwepesi wa mwili; kuchoka kulimalizika.

Alichukua kabuti na kulivaa. Kisha akashika gongo mkononi. Alivitazama viguo vyake na kuviambia, *Chafu!* Akapiga pua na kusema, *Shizitachi! Wameniachia kabuti, nawaachia hizi nguo na wao. Yachini shitawaachia tu. Ni yazima wazifue kwanja, ndipo waweze kuzivaa.* Kwa maneno hayo, alivikojoleakojolea na kuviacha hapo. Akachukua mtungi wake wa maji na kwenda zake.

Kwa upande wake, Mbwa alifika nyumbani na kuwapa habari wenzake. Lakini hakuwaeleza ukweli kama ulivyotukia, alipokutana na mwizi Sungura mchaani. Aliwadanganya kwa kuongeza chumvi hapa na pale katika maelezo yake. Naam; kufika nyumbani, alikuta anangojewa kwa hamu. Kwa hivyo, hata kabla hajaketi kitako, aliulizwa "Ehe, Mbwa; kazi namna gani huko?"

"Nimeifanya," akajibu.

"Ehe!"

"Vizuyi shana."

"Hebu tueyeze; iyikuwaje?"

"Ayikuja nywaanywaanywaanywaa; chishiyishiyi. Hakutaka kuonekana."

"Mwizi angetakaje kuonekana, Mbwa?" akaulizwa na Simba.

"Yachini anayikuwa na bahati."

"Vipi?"

"Anyiniona maya tu ayipofika!"

"Kweyi; hiyo iyikuwa bahati yake," Fisi akakubaliana naye.

"Akafanyaje bashi, ayipokuona?"

"Ewee! Namna gani, Fishi? Wewe ungefanyaje?"

"Ningechimbia shana."

"Shasha?" Mbwa akamwuliza.

"Endeyea kutueyeza bashi."

"Ayichimbia ndiyo. Yachini, kama mjuavyo tangu yini Shunguya akamshinda Mbwa kwa mbio?"

"Tuyijua hangekushinda kwa mbio shishi. Ndiyo shababu tukakuweka wewe kwanja zamuni," Chui akasema katika kumpongeza.

"Ndiyo," Kobe akakubaliana naye. "Tuyitaka kumshika biya kupoteza wakati."

"Hamkufanya makosha kunichagua mimi, yeye pia akasema," huku akikubaliana nao kwa kichwa. "Niyimfukuza *mwah! mwah! mwah!* biya kuchoka. Nikamwona na kumshichia achihema *heh! Heh! Heh! Heh!* mbeye yangu. 'Unajishumbua buye wewe!' nikamwambia."

"Shi umshike bashi shasha! Unamfukuza mpaka yini?" Chui akamwuliza.

"Hayaka ya nini jamani? Shi mnajua kuwa hayakahayaka haina bayaka?" "Ehee. Hata moyo pia uyiniambia *mshike!* Chisha hapohapo nikashichia uchiniomba kwa kushema, *Yachini mhuyumie mwenjenu. Ushimuue.*"

"Kwa hivyo, ukamwacha?" Fisi akamwuliza.

"Hapana! Nngemwachaje mwizi? Punde shi punde, niyimshika *kwap!* mikononi mwangu. Na hapohapo, ayianja kujikojoyeakojoyea ovyo. 'Nikufanyeje?' nikamuuyiza. 'Tafadhayi, Mbwa usiniue', akaniomba. 'Nimekoma. Shitayudia tena. Mchaya shikuchimba. Kwa hivyo, naapa, maji shitayanywa', akamayiza kuniomba."

"Kwa hivyo?" Fisi akamwuliza tena.

"Kwa shababu ya kuyayamika kwake, achiomba kuhuyumiwa, hata mimi pia niyikubayiana naye."

"Ukamwacha?" Fisi akamtupia tena swali jingine. Shikumwacha hasha. Badaya ya kumuua, niyiamua kumfundisha shomo tu."

"Shomo gani hiyo?"

55

"Niyimwinua juu, nikashika viguo ayivyovaa na kuvinyayuayayua. Chisha nikamwonya kuwa hiyo yiyikuwa onyo tu. Adhabu yenyewe bado. Na shikumdanganya. Atachiona cha mtema kuni nichimshika maya nyingine."

"Yachini," Chui akatoa sauti, huku akimkazia macho, "yiko wapi kabuti na gongo yako?" Swali hili lilimwendea Mbwa ghafla mno. Alikuwa amesahau kabisa habari ya kabuti na rungu yake ya kazi. Kwa hivyo, hapohapo, alimaka, "Ahah!" Alijigusagusa, kisha huyoo, akakimbilia mchaani.

Kufika mchaani, alienda moja kwa moja mpaka pale alipokuwa ameketi wakati akimngojea Sungura. Hapakuwa na kabuti, wala rungu yake.

Alienda mahali alipomwona Sungura akioga. Kabuti halikuwapo; rungu pia haikuwapo. Badala yake, aliona viguo vya Sungura. Alitazama huku na huku. Kotekote hakuona kitu kingine. Akazoma *whoh! Whoh! Whoh! Whoh!* Kimya. Alitazama tena huku na huko. Hakuona kitu. Akachukua viguo na kurudi navyo kwa wenzake.

"Mnaona kazi yangu hii?" aliwaambia wenzake huku akiwaonyesha viguo hata kabla hajawafikia.

"Hebu!" Fisi akamwambia, huku akinyosha mkono. Akampa viguo.

Fisi alivinusa ili kuhakikisha kuwa kweli vilikuwa vya Sungura. Hapohapo akapiga *khuh! Khuh! Khuh! Khuh!* kwa pua yake. Alinukiwa na harufu kali ya mkojo. Akacheka na kusema, "Kweyi, Mbwa. Uyiyifanya yijikojoyee na kukojoyea hata nguo zake."

"Unafichiyi nina mchezo mimi?" akauliza. Wakacheka pamoja. Lakini Chui bado alifungua mdomo na kusema, "Haidhuyu, Mbwa. Tunakubayi; uyifanya kazi njuyi. Yachini hata hivyo, yiko wapi kabuti na yungu?"

Mbwa alishindwa kulijibu swali hilo. Kwa hivyo, wenzake wakajua kwamba hakuwaambia ukweli hasa. Wakaachana naye. Muhimu kwao ulikua ulinzi wa maji. Mchaa ulikuwa pekee wakati huo.

Kulingana na mpango, zamu sasa ilikuwa ya Chui. Huyoo, akaenda zake mchaani.

Kiu haizimiki; haikatiki. Haimaliziki ila kwa maji tu. Chakula pia hakipikiki; hakipikiki ila kwa maji. Vivyo hivyo, mwili hauogeki; hauogeki ila kwa maji. Bila maji, hapakatiki kiu, hapapikiki, hapaogeki. Hapawezi kufanyika mambo haya, na zaidi.

Kwa mara nyingine tena, Sungura alienda mchaani, kujaribu bahati yake. Viguu vyake vilikanyaga *tuti! Tuti! Tuti! Tuti!* Kufika karibu, alibadilisha mwendo, ukawa wa polepole, taratibu, kisirisiri. Alienda *nywaanywaanywaanywaa!*

Kuinua uso, alimwona Chui yulee. Akajua. Chui hangeweza kuchezewa kazini. Kwa hivyo, akaamua kutumia njia nzuri ya kuchukuana naye.

"Chui, yafichi yangu!" akamwita.

"Yap!" Chui akamwitikia kwa sauti imara, lakini ya kirafiki. Chui kugeuza macho upande uliotokea sauti, alimwona Sungura. Alikuwa amevaa koti walilonunua kwa ulinzi. Rungu hakuwa nayo. "Ehe! Taabu gani, Shunguya?" akamwuliza.

"Maji, yafichi yangu."

"Yana nini?"

"Shi uniyuhushu niteke tu!"

"Kwa nini?"

"Ah! Chui, yafichi yangu! Kwanja shi ni mimi na wewe tu hapa?"

"Shasha?"

"Niyuhushu niteke tu, Chui, yafichi yangu. Hawatajua."

"Heehe! Hebu shichiza, Shunguya. Mimi niko kazini. Ni yazima niwe mwaminifu. Ni yazima niheshimu kazi. Kwa hivyo....." Alitikisa kichwa kilichompa ujumbe Sungura kwamba mchaa hakuchimba, maji hangeyapata.

Sugura hakutaka kushindwa kwa urahisi. Alitaka maji. Akamwambia, "Haya bashi shichiza, yafichi yangu."

"Nini?"

"Nitakupa zawadi; njuyi shana."

"Zawadi gani hiyo?" Chui akauliza, huku akimtazama kwa hamu.

"Njuyi shana. Nina hachika utaipenda, chui yafichi yangu." Kusikia akiambiwa hivyo Chui alimkaribia na kumwambia, "Hebu nione kwanja."

Huku Sungura akitia kiganja chake kikobani, alimwambia, "Wacha kuona tu. Hata kuonja unaonja shasha hivi."

Chui alizidi kumtazama, akingojea kwa hamu. Sungura alichovya kidole asalini na kumrambisha. Chui alijiramba, akajiramba na kujiramba. Kusikia utamu ukipungua kila alipojiramba, akamwambia, "Tena!" Akarambishwa. Alijiramba, akasema, "Tena!"

"Aya." Sungura akamaka. "Namna gani wewe?"

"Nini?"

"Unataka kunimayizia ashayi yangu na maji huniyuhushu kuteka?"

"Maji tu?" Chui akamwuliza.

"Ndio. Biya maji, hakuna ashayi."

Chui alifikiri. Akajiramba *dhyap! Dhyap! Dhyap! Dhyap!* Sungura akawa anamtazama tu; kikoba amekizuia.

"Hmm!" Sauti ilimtoka Chui.

"Nini?" Sungura akamwuliza.

"Taamuu!" akajibu.

"Kwa hivyo?"

"Tena!" akamwambia. Ulimi wake tayari ulikuwa ukingojea.

Akarambishwa tena. Sungura alitia mkono kikobani na kukichovya katika asali. Aliutoa umejaa asali, akampaka *pya!* mdomoni. *Dhyap!* Chui alijiramba na kusema, "Tena!" Sungura alimpaka mdomo wa juu, wa chini, puani, kidevuni, mashavuni na uso mzima. Kumtazama, akakubaliana na ujanja wake. Chui alikuwa akijiramba tu *dhyap!* na kusema, "Tena!"

Huku *dhyap!* na "Tena!" zikiendelea kumtoka Chui mfululizo kinywani, Sungura alienda majini, akajaza mtungi wake. Chui aliendelea tu na *dhyap!* na "Tena!" zake. Sungura alimrudia, akajikojolea kiganjani na kumpakapaka mkojo mdomoni na uso mzima. Kisha huyoo, akaenda zake kwa haraka.

Chui kujiramba *dhyap!* tena, ulimi wake haukumuonjesha utamu wa asali. Uso wake ulikunjika kwa sababu alipigwa na harufu kali puani. Pua ikafanya *khuk! Khuk! Khuk! Khuk!* Ulimi pia ukasita. Haukurudia tena kuramba *dhyap!* Akatulia tuli.

Kutupa macho huku na huko, hakumwona Sungura. Akatikisa kichwa na kurudi kinyonge nyumbani. Wenzake kumtia machoni tu akirudi, walimwuliza, "Ehe! Chui, mbona?"

"Nini?" akawarudishia, swali kwa swali.

"Imekuwaje?" akaulizwa.

"Hayikuja," akajibu, huku akitikisa kichwa. "Niyitamani yije, niyifundishe kuwa mchaya una wenyewe. Niyitaka kuyikomesha kabisha kwa kuyionyesha waziwazi kuwa maji yana wenyewe. Ni viye tujuavyo wenjangu. Mchaya hayikuchimba, maji hayiyapati, yipende yishipende."

Pakapita kimya. Lakini wenzake walikuwa wakimtazama tu, kama kwamba wakitaka habari zaidi kutoka kwake. Akamaliza kwa kusema, "Ichiwa yiyikuja, mbashi biya shaka yiyiniona kwa mbayi, yikakimbia huku yikijikojoyeakojoyea."

Mbwa alimtazama kwa makini. Chui naye akamgeuzia uso. Kutazamana hivi, ana kwa ana, Mbwa akaangua kicheko cha *bwah! Bwah! Bwah! Bwah!* Alimcheka kwa kujua kuwa yeye pia amechezewa na Sungura.

Ilifuatia zamu ya Fisi. Akaenda zake mchaani. Sungura kukaribia mchaani, alimwona Fisi kwa mbali, akiwa zamuni. Hapohapo, akajiambia, *Mambo yamefanywa kuwa yahishi shana kwangu yeo. Fishi hana taabu.*

Kati ya wenzake wote kama alivyowajua wakati wa nyuma, Fisi ndiye aliyekuwa mjinga wake. Ndiyo sababu akajua mara moja kuwa maji angeyapata kwa urahisi sana. Alimwendea moja kwa moja bila wasiwasi na kumwita, "We Fishi!"

"Mhmmh!" Fisi akaitikia kwa mgutuko.

"Ati unafanya nini hapa?"

"Kwani hujui?" Fisi akamwuliza.

"Kama ningejua ningekuuyiza?"

"Wacha maneno. Unatafuta nini wewe?" akamtupia.

"Shi nimekuja kuteka maji."

"Unashemaje, Shunguya?" akamwuliza, huku akimtazama kwa dharau.

"Mashichio yako yamekuwa mazito hushichii vizuyi shiku hizi, Fishi?"

"Nimeshema acha maneno, Shunguya. Shasha nakwambia, acha maneno mengi. Hayashaidii. Mchaya hukuchimba, maji huyapati."

Kuambiwa hivyo, Sungura alitia mkono mkobani. Kisha akamwambia na yeye, "Nina zawadi yako hapa."

"Zawadi?" Fisi akauliza, huku akimtazama kwa makini.

"Ndiyo. Chisha bashi njuyi shana. Nina hachika utaipenda."

"Hebu niione kwanja," Fisi akasema, huku akimkaribia.

Sungura alitoa kiganja chake kikobani. Alikuwa amekifumba. Akamwambia, "Shika!" Fisi kuinua mkono, akiunyosha ili aipokee, hapohapo Sugura alitupa mkono wake na kuingiza kwapani mwa Fisi; akaanza kutekenya. Alijua kwamba Fisi alikuwa na mnyeo. Kwa hivyo, haikua ajabu kwake alipoanza kuumia mbavu kwa kujichekea tu *whahwhahwhahwhahwhah! Whahwahwhahwhahwhah!*

Sungura alimtekenya na kumtekenya. Fisi akacheka na kucheka mpaka akaanguka chini akicheka. Sungura alimwacha akigaagaa chini, huku akicheka. Akaenda majini na kuujaza mtungi wake. Kisha akavua nguo na kuoga. Alimaliza kuoga, akamrudia Fisi, ambaye sasa kucheka kulikuwa kukimalizikia kwa *whah! wheh! whih! whoh! whuh!* Sungura akamtazama tu, huku akimsikitikia kwa kutikisa kichwa.

Fisi kugundua kwamba alikuwa akijichekea tu, huku akigaagaa chini kama mjinga, alimtazama Sungura kwa hasira, huku akiinuka. Hapo hapo, sauti ilimtoka Sungura, ikasema, "Nyamanyamanyama!" Mara moja, Fisi alitulia tuli. Alilijua sana tangazo hilo. Alikuwa amezoea kulisikia mara kwa mara. Ndilo ambalo wenzake walilitumia kumtangazia kwamba chakula kiko tayari. Kwa hivyo, kama kawaida, aliinua mguu mmoja juu, tayari kuupiga chini, huku akilijibu likitangazwa tena.

"Nyamanyamanyama!" Sungura akamtupia. Fisi akauteremsha mguu aliouinua, na kuupiga *pup!* chini, huku akiitikia kwa kusema, "Nyama!"

"Nyamanyamanyama!" likaja tena. Akauinua mguu mwingine na kuuleta chini huku akijibu, "Nyama!"

"Ya ng'ombe!"

"Nyama!" Fisi akajibu, bila kusahau kupiga mguu.

"Ya ng'ombe!"

"Nyama!" akaitikia kama kawaida, na kuuinua mguu mwingine. Wakati huohuo, alipanua kinywa, tayari kuipokea nyama. Sungura alimrushia nyama ya ng'ombe ikamwendea na kumwangukia *pwap!* mdomoni. Mguu aliouinua bado ulikuwa juu hewani.

Wakati Fisi akifurahia nyama mdomoni Sungura alichukua mtungi na kushika njia. Alienda nao haraka na kuutua mbele njiani; kisha akamrudia Fisi kwa haraka hiyohiyo. Alimkuta akimeza. Akaiona nyama ikimteremka umioni kuelekea tumboni. Wakatazamana. Fisi akaonekana akingojea *nyamanyamanyama.*

"Shasha shichiza, we Fishi" Sungura akamwambia.

"Ehe!"

"Ni yazima ushimame wima ndipo twendeyee."

"Vipi?"

"Kwa miguu yako miwiyi!"

"Yachini shi unajua Shunguya kuwa naweza kuanguka?"

"Na mimi je?"

"Wewe umezoea, shiyo?"

"Hata wewe pia utazoea shasha hivi." Sungura akamjibu.

"Haya; shawa. Nitajayibu."

"Haya bashi jayibu," akamwambia na kuanza kumpigia *pa! Pa! Pa! Pa!* makofi huku akimwimbia wimbo, "Ashimama peke yake! Ashimama peke yake!" Hapohapo Fisi alijinyanyua na kujinyanyua mpaka akaweza kusimama wima. Kumwona ameweza kufanya hivyo, Sungura aliamua kumpa mazoezi zaidi. Alimwona akiyumbayumba kama kwamba angeanguka. "Haya bashi shasha," akamwambia. "Hebu tujayibu kutembea chidogo kwanja."

"Yachini–," Fisi alitaka kulalamika.

"Yachini nini we Fishi? Au hutachi nyama?"

"Nataka; shana," akajibu mara moja.

"Haya bashi; tujayibu."

"Shawa."

Fisi alianza kuinua mguu mmoja baada ya mwingine, huku Sungura akihimiza kwa kumwambia, "Dee! Dee! Dee!" Kumwona ameweza hata kutembea kwa miguu miwili, akajua angeweza pia hata kusimama kwa mguu mmoja. Akamwambia, "Haya shasha. Mchezo umekwisha. Tunaendeyea na 'nyamanyamanyama'."

"Yachini, Shunguya!"

"Nini?"

"Nitawezaje kuinua mguu?"

"Kwa nini ushiweze?"

"Shiwezi kushimama kwa mguu mmoja. Hivyo unajua hata wewe."

"Utashimama; ya shivyo nyama hupati."

"Haya bashi. Nimeshichia. Nitajayibu."

"Shawa. Inua mguu!" Fisi akauinua. "Nyamanyamanyama!" Sungura akamtangazia.

"Nyama!" akaitikia, huku akiupiga chini. Akainua mwingine.

"Nyamanyamanyama!"

"Nyama!"

"Haya bashi. Shawa kabisha. Shasha ni hivi: Tutafuatana katika 'nyamanyamanyama'. Mimi nichiinua mguu wa kuyia wewe utainua wa kushoto. Kisha tutakuwa tuchiipiga pamoja chini hayafu mimi niinue wa kushoto, wewe wa kuyia twendeyee. Shawa?"

"Shawa!"

"Haya bashi." Sungura aliiunua mguu wa kulia, Fisi akauinua wa kushoto, wakitazamana.

"Nyamanyamanyama!"

"Nyama!"

"Nyamanyamanyama!"

"Nyama!"

"Ya mbuzi!" Sungura akamrushia nyama. Fisi akaipokea *mwam!* mdomoni, na kuimeza.

"Nyamanyamanyama!"

"Nyama!"

"Nyamanyamanyama!"

"Nyama!"

"Ya mbwa!" akamrushia. Fisi hakusikia ni nyama gani angerushiwa. Alijali tu sauti ya *nyamanyamanyama.* Kwa hivyo, hata hiyo pia aliipokea mdomoni! Huku akiitafuna, Sungura alimcheka. Akaimeza.

"Nyamanyamanyama!" Sungura akaanza tena. Lakini safari hii alikuwa akirudi nyuma polepole.

"Nyama!" Fisi akaitikia.

"Nyamanyamanyama!" akamrudishia tena, huku akiendelea kurudi nyuma.

"Nyama!"

"Ya fishi!" akamrushia, na kwenda zake, akamwacha akitafuna! Lakini kuonja ladha yake, haikuwa tamu. Ilikuwa inanuka. Ilikuwa nyama ya Fisi, iliyooza. Akaitupa kwa kuitema *pthuh! Pthuh! Pthuhi! Pthuh*! Kisha pua ikafanya *khuh! Khuh! Khuh! Huh!* huku akimtafuta Sungura kwa macho.

Hakumwona. Badala yake, alihisi hasira ikimjaa kwa kumpanda na kumpanda kooni. Mguu aliuleta nakuupiga *guh!* chini kwa nguvu. Sungura alikuwa amemchezea kwa kumchukulia kuwa mjinga. Akaondoka, huku akitikisa kichwa.

Kufika nyumbani, alikaribishwa kwa "Ehe! Tueyeze Fishi!"

"Hakuja; angenitambua, mpumbavu huyo!" Huku akitikisa kichwa kwa huzuni iliyosomeka wazi usoni mwake. Mbwa na Chui walimkazia macho. Walishindwa kujizuia. Wakaangua kicheko kwa pamoja. Fisi akajua. Walikuwa wakimcheka yeye.

Ilifika zamu ya Kobe. Lakini kabla hajaondoka, akasema, "Naomba chitu chimoja tu, jamani."

"Chitu gani?" akaulizwa.

"Mwiyi wangu naushichia kuwa mzito shana. Viungo vya mwiyi nashichia vimenikauka mno. Shitaweza kuzunguka kwa uyahishi kazini."

"Kwa hivyo?"

"Naomba mnipake gundi mwiyi mzima, iyi niingiwe na mafutamafuta." Ombi lake lilikubaliwa; akapakwa gundi mwili mzima. Alipakwa na kupakwa, mpaka mwili akausikia unamnata. Kama angeigusa tu kwa mkono, ingemshika. Kuunyofoa ingekuwa taabu.

Kobe alidai kwamba alijisikia mzito wa mwili, viungo vikiwa vimemkauka kwa kupungukiwa na mafutamafuta. Lakini alidanganya; huo ulikuwa uongo tu. Hata hivyo, hakudanganya kwa sababu ya kuogopa kazi. Alikuwa akitega mtego ambao hakutaka ujulikane na yeyote.

Alienda kwenye zamu yake. Kufika mchaani alienda polepole na kujizika matopeni – pale ambapo Sungura alikuwa akioga, baada ya kuteka maji. Alijichomeka na kujichomeka mpaka akachomekeka na kuzikika kabisa mwili mzima, matopeni. Maji yalikuja juu na kufunika matope. Akangojea, akiwa ametulia tuli.

Sungura alifika. Akatupa macho huku na huku. Hakuona askari mlinzi. *Ndiyo,* akajiambia. *Wajinga hawa. Tayari wamechoka na kazi. Ati wananikataza maji yanayotoyewa buye na Muumba! Shenji kabisha. Wayifichiyia nafanya mchezo niyipowaambia. Haya bashi shasha. Hakuna shida yoyote. Mchaya shikuchimba, yachini maji bado nayanywa; wapende washipende.*

Baada ya kujiambia hivyo, aliteremka mchaani akateka maji na kujaza mtungi. Aliuweka kando; kisha akaenda taratibu mahali pake pa kuogea. Alivua nguo na kuziweka kando.

Kuinama na kuteremsha kikono majini, kilishikwa *kap!*

Alikivuta; kikakataa kumrudia.

"Nache!" akaamuru kwa sauti ya ukali. Lakini jawabu lilikuwa kimya *zii!* Kikono kikabaki kimeshikwa na kushikika imara.

"Nache nimeshema!" akaamuru kwa sauti ya kuonya. Zi! "Mama weeheh! Unanichezea, heh?" Kimya. "Nakupiga ngumi shasha hivi!" akasema huku ngumi tayari ameikunja. Kimya. Alikiinua kikono na kupiga *bap!* kwa nguvu. Lakini kujaribu kukiondoa, hicho pia kikakataa. Kilikuwa kimeshikwa pia.

"Heh! Heh! Heh! Heh! Ngoja bashi nikupige teke." Aliinua kijiguu chake na kupiga *dap!* Kijiguu pia kikashikwa.

"Ai! Ai! Ai! Ai!" Kwa kijiguu kilichobaki, alikipiga *dap!* teke jingine. Kikakwama!

"Heeheh! Ngoja nikuchape bashi." Aliinua mkia wake mrefu na kuuteremsha *fyap!* Ukashikwa.

"Whoowhoh! Hedi bashi hiyo kama utayiweza pia." Akainua kichwa na kupiga *bap!* Kikashikwa. Werevu na

ujanja wake wote ukawa umemwishia hapo. Kwa kukosa jingine la kufanya, alijitikisatikisa tu, akijaribu kujinyofoa mashikoni. Mwili ukamwenda *kiktikikti! Kiktikikti!*

Sungura alijitikisa, akijivuta na kujivuta. Lakini wapi! Hata hivyo, hakufa moyo. Alivuta pumzi, kisha akapumua kwa nguvu zake zote, akajivuta *krrii!* Hapo basi ahaa! Matope yalianza kumonyoka, yakiachana, polepole. Kijasho alikisikia kikimmiminika shwaa, mwilini. Kutazama ili aone kumefanyika nini hasa, hakuamini macho yake. Alikuwa amekwama mwilini mwa Kobe ambaye wakati wote huo alinyamaza kimya na kutulia tuli.

"Hii! Kumbe ni wewe Kobe tu?" akamwuliza kwa dharau. Kimya. "Ngoja unitambue kweyi bashi shasha," akamwambia.

Sungura alijivuta na kujitikisa kwa nguvu. Wote chini, kibavubavu, Sungura nyuma Kobe mbele. Sungura akasikia akiumia mbavuni.

Sungura alizidi kujikaza katika kujivuta, ili ajinyofoe mgongoni mwa Kobe. Lakini kila alipojivuta gundi ilimdharau tu, ikimwambia kimyakimya kuwa anajisumbua bure. Hivyo basi akajiona ameshikwa mtegoni, ambamo kila alipojivuta *krrii,* matokeo yalikuwa 'ng'o!' Alijitia nguvu na kujivuta *krrii!* Jawabu likawa hilo hilo la 'ng'o!'

Akatikisa kichwa, huku akihema *heh! Heh! Heh! Heh! Heh!* "Nishamehe bashi, Kobe, yafichi yangu," alimwomba kwa kumlalamikia. Kimya. Kobe pia alimpuuza kwa hiyo hiyo 'ng'o', lakini yake ilikuwa ya moyoni.

Wenzake waliona Kobe amekawia sana kurudi. Muda wa zamu yake ulikuwa umepita kitambo. Wakaamua kumfuata

mchaani ili wajue kilichomchelewesha. Kufika, wakasikia *krrii* na 'ng'o'. Waliona pia kuwa wahusika wote wawili, si Kobe si Sungura, walikuwa wakimiminika jasho. Lakini Sungura alionekana kuchoka zaidi kwa jinsi alivyohema *heh! Heh! Heh! Heh!*

Waliangua kicheko, huku wakimpongeza Kobe. Mbwa, ambaye alikuwa akirukaruka kwa furaha, alisema, "Ahaa! Yeo ndiyo yeo hasha. Shasha utanitambua. Mwizi!"

Chui alizidi kuwachekesha wenzake kwa kusema, "Ati 'mchaya shitachimba, yachini maji bado nitayanywa; mpende mshipende'. Pthuh!" akamtemea mate.

Huku akihema, Sungura alianza kukohoa. "Kukohoa tu!" Fisi akasema, "Hakutoshi."

"Hakutoshi hata chidogo," Chui akaongezea. "Ushayama wako yeo! Heeheh! Heyi ukohoe mpaka utapike maji yote uyiyoyanywa." Kicheko.

Sinema waliyokuwa wakiitazama, wakiionyeshwa na Kobe na Sungura, ilikuwa ya kusisimua. Iliwapendeza. Lakini mwenzao, yaani Kobe, alionekana kuchoka. Wakaamua kuisimamisha ili wampumzishe.

Walimshika Sungura na kumwondoa mgongoni mwa Kobe. Walimshika, wakamnyofoa ghafla na kwa nguvu mno. Sungura alihisi maumivu makali yakimchoma mwilini. Akatoa ukelele wa *zhwiizhwi!*

"Wacha kuyia 'zhwiizhwi,' wewe. Utatuyeyeza ni kwa nini kuku mweushi hutaga mayai meupe, badaya ya meushi kama yeye," Chui akamwambia. Kicheko.

Walimbeba juujuu, miguu juu, kama mzigo; wakaanza kwenda naye. Wakati huohuo, Chui aliwaongoza kwa wimbo waliouimba huku wakiupigia makofi *pa! pa! pap!; pa! pa! pa! pap!* Ukasikika ukienda kama ifuatavyo:

Mwizi!
Ameshikwa!
Shasha!
Ni ayabu!

Walienda naye mpaka kwa Mwenyekiti wao. Alifaa kupewa adhabu kali ya kumfanya asiendelee kuwachezea. Fisi aliomba awachiwe, ili amwonyeshe cha mtema kuni.

"Vipi, hebu tueyeze na shishi."

"Nitamwinua juu, nimzungushe na kumzungusha, mpaka chichwa chake pia achishichie chichizunguka."

"Hayafu?"

"Nitayigonga gop! chini, iyi yipashuke na kutokwa na maji yote yiyiyoyanywa."

Huku wakikubaliana na Fisi, Sungura pia alikubaliana nao kwa kichwa. Alikubaliana na pendekezo hilo kwa sababu Fisi ndiye aliyekuwa mjinga wake wa mwisho. Akangojea Fisi aanze kazi aliyoachiwa.

Fisi alipewa Sungura mikononi. Huku akijidai kwa kazi aliyojitayarisha kufanya, aliwatazama wenzake, mmojammoja. Wakamwinamishia vichwa, wakimwambia aendelee.

Aliushika mkia mrefu wa Sungura, akauvingirisha imara katika mkono wake wa kulia. Hivyo basi Sungura akawa ameinuka kwa upande wa nyuma. Katika hali hiyo, alionekana kama gari dogo lenye magurudumu madogo, ya kawaida mbele, lakini makubwa mno nyuma.

Fisi alimwinua kwa mkia na kuanza kumzungusha. Alimzungusha na kumzungusha mpaka yeye pia akahisi kizunguzungu.

Huku akiendelea kumzungusha, yeye pia alijisikia akizunguka na kuzunguka. Hakuweza kujizuia. Akajisikia akizunguka tu. Alizunguka na kuzunguka, Sungura mkononi, akizunguka naye. Kizunguzungu kilimshinda nguvu na kumchukua kabisakabisa. Kilimwangusha *bwap!* chini. Kwa sababu ya kuanguka ghafla na kwa nguvu mno, mkia wa Sungura pia ulivutika ghafla na kwa nguvu. Ukakatika *kap!*

Sungura aligutuka baada ya kujikuta amerushwa na kuachiliwa mbali. Hapohapo, huyoo; akachanganya miguu, akakimbia mbio. Kufumba na kufumbua, Mbwa pia huyoo, akatimua mbio akimfukuza, ili amwahi kwa adhabu aliyostahili kupata. Alimfukuza na kumfukuza, lakini wapi! Hangeweza kumshika Sungura.

Sungura alikuwa akikimbia, ili kuokoa maisha yake. Mbwa yeye alikuwa akimfukuza, ili apate sifa kutoka kwa wenzake kwa sababu ya kumshika. Kwa hivyo, Sungura alikimbia; Mbwa akamfukuza.

Sungura alikimbia na kukimbia, mpaka huyoo; akawa ameenda na kupotelea mbali. Mbwa alimfukuza mpaka akasikia pumzi zikimwishia. Akasimama na kuketi kitako huku akihema *heh! Heh! Heh! Heh!* Aliinua uso kutazama alikokimbilia Sungura na kuanza kuzoma *whoh! Whoh! Whoh! Whoh!* Alijua kuwa hamwezi Sungura kwa vyovyote vile. Lakini bado akaapa kuwa kuna siku atampata.

Hii ndiyo sababu kufikia leo, Sungura ana kikia kifupi, Mbwa akimtia machoni tu, mara moja huanza kumfukuza mbio sana, ili amshike, na kumwonyesha cha mtema kuni.

www.ingramcontent.com/pod-product-compliance
Lightning Source LLC
LaVergne TN
LVHW061631070526
838199LV00071B/6640